ENGLISH   GUJARATI

Topical Dictionary

By Jessy Gonzales

Table of Contents

MAIN CONCEPTS　મુખ્ય ખ્યાલો

Pronouns　સર્વનામ

I , me	હું, હું
you	તમે
he	તેમણે
she	તે
it	તે
we	અમે
you	તમે
they	તેઓ

Basic phrases　મૂળ વાતો

Hello!	નમસ્તે!
Hello!	નમસ્તે!
Good morning!	સુપ્રભાત!
Good afternoon!	શુભ બપોર!
Good evening!	શુભ સાંજ!
to say hello	હેલો કહેવું
Hi!	હાય!
greeting	અભિવાદન

to greet	અભિવાદન કરવું
How are you?	તમે કેમ છો?
What's new?	નવું શું છે?
Bye-Bye! Goodbye!	આવજો! આવજો!
See you soon!	ફરી મળ્યા!
to say goodbye	ગુડબાય કહેવા માટે
Cheers!	ચીર્સ!
Thank you!	આભાર!
Thank you very much!	ખુબ ખુબ આભાર!
My pleasure!	મારી ખુશી!
Don't mention it!	તેનો ઉલ્લેખ કરશો નહીં!
Excuse me!	માફ કરશો!
to excuse	બહાનું
to apologize	માફી માંગવી
My apologies	Ologies માફી
I'm sorry!	હું દિલગીર છું!
It's okay!	તે બરાબર છે!
please	કૃપા કરીને
Don't forget!	ભૂલશો નહીં!
Certainly!	ચોક્કસ!
Of course not!	અલબત્ત નહીં!
Okay!	બરાબર!
That's enough!	તે પુરતું છે!

mister, sir	મિસ્ટર, સર
madam	મેડમ
miss	યૂકી
young man	જુવાનીયો
young man	જુવાનીયો
miss	યૂકી

Numbers from 0 to 100 0 થી 100 સુધીની સંખ્યા

zero	શૂન્ય
one	એક
two	બે
three	ત્રણ
four	ચાર
five	પાંચ
six	છ
seven	સાત
eight	આઠ
nine	નવ
ten	દસ
eleven	અગિયાર
twelve	બાર
thirteen	તેર

fourteen	ચૌદ
fifteen	પંદર
sixteen	સોળ
seventeen	સત્તર
eighteen	અ eigh૦ાર
nineteen	ઓગણીસ
twenty	વીસ
twenty-one	એકવીસ
twenty-two	બાવીસ
twenty-three	ત્રેવીસ
thirty	ત્રીસ
thirty-one	એકત્રીસ
thirty-two	બત્રીસ
thirty-three	તેત્રીસ
forty	ચાલીસ
forty-one	એકતાળીસ
forty-two	બેતાલીસ
forty-three	તેતાલીસ
fifty	પચાસ
fifty-one	એકાવન
fifty-two	બાવન
fifty-three	ત્રેપન
sixty	સાઠ

sixty-one	એકસઠ
sixty-two	બાસ્ઠી
sixty-three	ત્રેસંઠ
seventy	સિત્તેર
seventy-one	એકત્રીસ
seventy-two	બોતેર
seventy-three	સિત્તેર
eighty	એંસી
eighty-one	એક્યાસી
eighty-two	બ્યાશી
eighty-three	ત્રીયાસી
ninety	નેવું
ninety-one	એકાવન
ninety-two	બાણું
ninety-three	ત્રાણુ

Numbers from 100 to milliard 100 થી મિલિયાર્ડ સુધીની સંખ્યા

one hundred	એક સો
two hundred	બસ્સો
three hundred	ત્રણસો
four hundred	ચારસો
five hundred	પાંચસો
six hundred	છ સો

seven hundred	સાત સો
eight hundred	આઠ સો
nine hundred	નવસો
thousand	હજાર
two thousand	બે હજાર
three thousand	ત્રણ હજાર
ten thousand	દસ હજાર
one hundred thousand	એક લાખ
million	મિલિયન
billion	અબ્જ

Ordinal Numbers સામાન્ય નંબર

first	પ્રથમ
second	બીજું
third	ત્રીજું
fourth	ચોથું
fifth	પાંચમો
sixth	છઠ્ઠા
seventh	સાતમું
eighth	આઠમું
ninth	નવમી
tenth	દસમા

Fractions અપૂર્ણાંક

fraction	અપૂર્ણાંક
one half	અડધું
one third	એક તૃતીયાંશ
one quarter	એક ક્વાર્ટર
one eighth	એક આઠમું
one tenth	દસમા ભાગ
two thirds	બે તૃતીયાંશ
three quarters	ત્રણ ક્વાર્ટર્સ

Mathematical Operations — ગણિતિક કામગીરી

subtraction	બાદબાકી
to subtract	બાદબાકી
division	વિભાગ
to divide	વિભાજીત કરવા માટે
addition	ઉમેરો
to add up	ઉમેરવા માટે
to add	ઉમેરવુ
multiplication	ગુણાકાર
to multiply	ગુણાકાર કરવા

Words involved in calculations — ગણતરીમાં સામેલ શબ્દો

figure	આકૃતિ
number	નંબર
numeral	અંક

minus	બાદબાકી
plus	વત્તા
formula	સૂત્ર
calculation	ગણતરી
to count	ગણતરી
to compare	સરખાવવું
How much?	કેટલુ?
How many?	કેટલા?
sum, total	સરવાળો, કુલ
result	પરિણામ
remainder	બાકી
a few ...	થોડા ...
few ...	થોડા ...
the rest	બાકીના
one and a half	દોઢ
dozen	ડઝન
in half	અડધા
equally	સમાનરૂપે
half	અડધા
time	સમય

Most important Verbs સૌથી મહત્વપૂર્ણ ક્રિયાપદો

| to run | ચલાવવા માટે |
| to be afraid | ડરવું |

to take	લઇ
to be	હોવું
to see	જોવા માટે
to own	માલિકીની
to object	વાંધો
to come in	અંદર આવવું
to choose	પસંદ કરવા માટે
to go out	બહાર જવા માટે
to speak	વાત કરવા માટે
to cook	રાંધવા માટે
to give	આપવું
to do	શું કરવું
to trust	વિશ્વાસ કરવો
to think	વિચારવું
to complain	ફરિયાદ કરવી
to wait	રાહ જોવી
to forget	ભૂલી જવુ
to have breakfast	નાસ્તો કરવો
to order	ઓર્ડર
to finish	સમાપ્ત કરવા
to notice	નોટિસ
to write down	લખવા માટે
to defend	કોઇ રન નોંધાયો નહીં

to call	કૉલ કરવા માટે
to know	જાણવા
to know	જાણવા
to play	રમવું
to go	જાઓ
to excuse	બહાનું
to change	ફેરફાર કરો
to study	અભ્યાસ કરવા
to have	હોય
to be interested in ...	રસ હોઇ ...
to inform	જણાવવુ
to look for ...	જોવા માટે ...
to control	નિયંત્રિત કરવા માટે
to steal	ચોરી કરવા માટે
to shout	બુમ પાડવી
to go for a swim	એક તરી માટે જાઓ
to fly	ઉડવું
to catch	પકડી
to break	તોડી
to love	પ્રેમ કરવા
to pray	પ્રાર્થના કરવા માટે
to keep silent	ચૂપ રહેવું
can	કરી શકો છો

કરવું

to observe	અવલોકન કરવું, ધ્યાનથી જોવું, નિરીક્ષણ
to hope	આશા રાખવી
to punish	સજા કરવી
to insist	આગ્રહ રાખવો
to find	શોધવા માટે
to begin	શરુઆત કરવી
to underestimate	ઓછો અંદાજ કરવો
to fancy	ફેન્સી
to have lunch	બપોરનું ભોજન લેવું
to promise	વચન
to deceive	છેતરવું
to discuss	ચર્ચા કરવા માટે
to unite	એક થવું
to explain	સમજાવવું
to mean	તેનો મતલબ
to liberate	મુક્ત કરવા
to insult	અપમાન કરવા માટે
to stop	બંધ કરો
to answer	જવાબ આપવો
to guess right	યોગ્ય અનુમાન લગાવવા માટે
to refuse	ઇનકાર કરવા માટે
to open	ખોલવા માટે

to send	મોકલવું
to hunt	શિકાર
to make a mistake	ભૂલ કરવી
to fall	પડવૂ
to translate	ભાષાંતર કરવું
to write	લખવુ
to swim	તર્વું
to cry	રડવું
to plan	યોજના કરવી
to pay	ચૂકવવા
to turn	ચાલુ કરવા માટે
to repeat	દોહરાવવું
to sign	સહી કરવું
to give a hint	સંકેત આપવા માટે
to show	બતાવવા માટે
to help	મદદ કરવા માટે
to understand	સમજવું
to expect	અપેક્ષા રાખવી
to propose	પ્રસ્તાવ
to prefer	પસંદ કરવા માટે
to warn	ચેતવવું
to stop	બંધ કરો
to invite	આમંત્રણ આપવા માટે

to arrive	પહોંચવું
to order	ઓર્ડર
to belong to ...	થી સંબંધિત ...
to try	પ્રયાસ કરવા
to sell	વેચાણ માટે
to continue	ચાલુ રાખવા માટે
to pronounce	ઉચ્ચારવા માટે
to miss	યાદ આવવું
to ask	પૂછો
to forgive	માફ કરવું
to hide	છુપાવવા માટે
to confuse, to mix up	ભેળસેળ કરવી, ભળી જવું
to work	કામ કરવા
to permit	પરવાનગી આપવા માટે
to count on ...	પર ગણતરી ...
to reserve, to book	અનામત, બુક કરવા
to recommend	ભલામણ કરવી
to drop	મુકવું
to scold	નિંદા કરવા માટે
to run, to manage	ચલાવવા માટે, વ્યવસ્થા કરવા માટે
to dig	ખોદવું
to sit down	નીચે બેસી
to say	કહેવું

to follow ...	અનુસરો ...
to hear	સાંભળવા
to laugh	હસવું
to rent	ભાડા માટે
to advise	સલાહ આપવા માટે
to agree	સંમત થવું
to regret	દિલગીરી
to create	બનાવવું
to doubt	શંકા કરવી
to keep	રાખવા
to save, to rescue	બચાવવા માટે, બચાવવા માટે
to ask	પૂછો
to come down	નીચે આવવા માટે
to compare	સરખાવવું
to cost	ખર્ચ કરવા માટે
to shoot	શૂટ
to exist	અસ્તિત્વ
to count	ગણતરી
to hurry	ઉતાવળ કરવી
to demand	માંગ કરવી
to be needed	જરૂરી છે
to touch	સ્પર્શ કરવા માટે
to kill	મારવા

to threaten	ધમકી આપવા માટે
to be surprised	આશ્ચર્ય પામવું
to have dinner	રાત્રિભોજન માટે
to decorate	શણગારવું
to smile	સ્મિત કરવું
to mention	ઉલ્લેખ કરવો
to participate	ભાગ લેવો
to boast	બડાઇ મારવી
to want	માંગો છો
to be hungry	ભૂખ્યા રહેવું
to be thirsty	તરસ્યા રહેવું
to read	વાંચવા માટે
to joke	મજાક કરવા

Colors — રંગો

colour	રંગ
shade	શેડ
hue	હ્યુ
rainbow	સમરંગી
white	સફેદ
black	કાળો
grey	ભૂખરા
green	લીલા
yellow	પીળો

red	લાલ
blue	વાદળી
light blue	પ્રકાશ વાદળી
pink	ગુલાબી
orange	નારંગી
violet	વાયોલેટ
brown	ભુરો
golden	સોનેરી
silvery	ચાંદી
beige	ન રંગેલું .ની કાપડ
cream	ક્રીમ
turquoise	પીરોજ
cherry red	ચેરી લાલ
lilac	લીલાક
crimson	ક્રિમસન
light	પ્રકાશ
dark	શ્યામ
bright	તેજસ્વી
coloured	રંગીન
colour	રંગ
black-and-white	કાળા અને સફેદ
plain	સાદા
multicoloured	મલ્ટીરંગ્સ

Most Popular Questions   સૌથી વધુ લોકપ્રિય પ્રશ્નો

Questions	પ્રશ્નો
Who?	કોણ?
What?	શું?
Where?	ક્યાં?
Where?	ક્યાં?
Where ... from?	ક્યા થિ?
When?	ક્યારે?
Why?	કેમ?
What for?	શું માટે?
How?	કેવી રીતે?
Which?	જે?
To whom?	કોને?
About whom?	કોના વિશે?
About what?	શેના વિષે?
With whom?	કોની સાથે?
How many?	કેટલા?
How much?	કેટલુ?
Whose?	કોનું?

Prepositions   તૈયારીઓ

with	સાથે
without	વગર

to		પ્રતિ
about		વિશે
before		પહેલાં
under		હેઠળ
above		ઉપર
on		પર
from		માંથી
of		ની
in		માં
over		ઉપર

Basic Introductory Words and Adverbs મૂળભૂત પરિચય શબ્દો અને વિશેષણો

Where?		ક્યાં?
here		અહીં
there		ત્યાં
somewhere		ક્યાંક
nowhere		ક્યાય પણ નહિ
by		દ્વારા
by the window		વિન્ડો દ્વારા
Where?		ક્યાં?
here		અહીં
there		ત્યાં
from here		અહીંથી

from there	ત્યાંથી
close	બંધ
far	દૂર
not far	દૂર નથી
left	ડાબી
on the left	ડાબી બાજુ પર
to the left	ડાબી બાજુ
right	બરાબર
on the right	જમણી બાજુએ
to the right	જમણી બાજુએ
in front	ની સામે
front	આગળ
ahead	આગળ
behind	પાછળ
from behind	પાછળથી
back	પાછા
middle	મધ્ય
in the middle	વચ્ચે
at the side	બાજુ પર
everywhere	દરેક જગ્યાએ
around	આસપાસ
from inside	અંદરથી
somewhere	ક્યાંક

straight	સીધા
back	પાછા
from anywhere	ગમે ત્યાંથી
from somewhere	ક્યાંક થી
firstly	પ્રથમ
secondly	બીજું
thirdly	ત્રીજું
suddenly	અચાનક
at first	સૌ પ્રથમ
for the first time	પ્રથમ વખત
long before ...	ધણું પહેલા ...
for good	સારા માટે
never	ક્યારેય
again	ફરી
now	હવે
often	ધણી વાર
then	પછી
urgently	તાકીદ
usually	સામાન્ય રીતે
by the way, ...	માર્ગ દ્વારા, ...
possible	શક્ય
probably	કદાચ
maybe	કદાચ

besides ...	ઉપરાંત ...
that's why ...	એ કારણે ...
in spite of...	તેમ છતા પણ...
thanks to ...	માટે આભાર ...
what	શું
that	કે
something	કંઈક
anything, something	કંઈપણ, કંઈક
nothing	કંઈ નહીં
who	કોણ
someone	કોઈ
somebody	કોઈકને
nobody	કોઈ નહી
nowhere	ક્યાય પણ નહિ
nobody's	કોઈનું નથી
somebody's	કોઈકનું
so	તેથી
also	પણ
too	પણ

Basic Introductory Words and Adverbs   મૂળભૂત પરિચય શબ્દો અને વિશેષણો

| Why? | કેમ? |
| for some reason | કોઈ કારણસર |

because ...	કારણ કે ...
and	અને
or	અથવા
but	પરંતુ
for	માટે
too	પણ
only	માત્ર
exactly	બરાબર
about	વિશે
approximately	લગભગ
approximate	આશરે
almost	લગભગ
the rest	બાકીના
the other	બીજી
other	અન્ય
each	દરેક
any	કોઈપણ
much	ઘણું
many	ઘણા
many people	ઘણા લોકો
all	બધા
in exchange for…	બદલામાં…
in exchange	બદલામાં

by hand	હાથ દ્વારા
hardly	ભાગ્યે જ
probably	કદાચ
on purpose	હેતુ પર
by accident	અકસ્માત દ્વારા
very	ખૂબ
for example	દાખ્લા તરીકે
between	વચ્ચે
among	વચ્ચે
so much	ઘણુ બધુ
especially	ખાસ કરીને

Days of the week અઠવાડિયાના દિવસો

Monday	સોમવાર
Tuesday	મંગળવારે
Wednesday	બુધવાર
Thursday	ગુરુવાર
Friday	શુક્રવાર
Saturday	શનિવાર
Sunday	રવિવાર
today	આજે
tomorrow	આવતીકાલે
the day after tomorrow	પરમદિવસ

yesterday	ગઇકાલે
the day before yesterday	ગયા પરમદિવસે
day	દિવસ
working day	કાર્યકારી દિવસ
public holiday	જાહેર રજા
day off	દિવસ રજા
weekend	સમાહના અંતે
all day long	આખો દિવસ
next day	બીજા દિવસે
two days ago	બે દિવસ પેહલાં
the day before	એક દિવસ પહેલા
daily	દૈનિક
every day	દરરોજ
week	અઠવાડિયું
last week	ગયા સમાહે
next week	આવતા અઠવાડિયે
weekly	સામાહિક
every week	દર અઠવાડિયે
twice a week	અઠવાડિયામાં બે વાર
every Tuesday	દર મંગળવારે

Times of Day ટાઇમ્સ Dayફ ડે

morning	સવારે
in the morning	સવારમાં

noon, midday	બપોર, મધ્યાહ્ન
in the afternoon	બપોરે
evening	સાંજ
in the evening	સાંજે
night	રાત્રે
at night	રાત્રે
midnight	મધ્યરાત્રિ
second	બીજું
minute	મિનિટ
hour	કલાક
half an hour	અડધો કલાક
quarter of an hour	એક કલાકનો ક્વાર્ટર
fifteen minutes	પંદર મિનિટ
twenty four hours	ચોવીસ કલાક
sunrise	સૂર્યોદય
dawn	પરો.
early morning	વહેલી સવારે
sunset	સૂર્યાસ્ત
early in the morning	વહેલી સવારે
today in the morning	આજે સવારે
tomorrow moning	આવતીકાલે મોર્નીંગ
this afternoon	આજે બપોરે
in the afternoon	બપોરે

tomorrow afternoon	કાલે બપોરે
tonight	આજની રાત
tomorrow night	કાલે રાત્રે
at 3 o'clock sharp	3 વાગ્યે તીવ્ર
about 4 o'clock	લગભગ 4 વાગ્યે
by 12 o'clock	12 વાગ્યા સુધીમાં
in 20 minutes	20 મિનિટમાં
in an hour	એક કલાકમાં
on time	સમયસર
a quaretr to…	એક ક્વેરીટર…
withing an hour	એક કલાક સાથે
every 15 minutes	દર 15 મિનિટ
round the clock	ચોવીસ કલાક

Seasons   .તુઓ

January	જાન્યુઆરી
February	ફેબ્રુઆરી
March	કુચ
April	એપ્રિલ
May	મે
June	જૂન
July	જુલાઇ
August	.ગસ્ટ

September	સપ્ટેમ્બર
October	ઓકટોબર
November	નવેમ્બર
December	ડિસેમ્બર
spring	વસંત
in spring	વસંત માં
spring	વસંત
summer	ઉનાળો
in summer	ઉનાળામાં
summer	ઉનાળો
autumn	પાનખર
in autumn	પાનખર માં
autumn	પાનખર
winter	શિયાળો
in winter	શિયાળા માં
winter	શિયાળો
month	માસ
this month	આ મહિને
next month	આવતા મહિને
last month	ગયા મહિને
a month ago	એક મહિના પહેલા
in a month	એક મહિનામાં
in two months	બે મહિનામાં

a whole month	આખો મહિનો
all month long	આખો મહિનો
monthly	માસિક
bi-monthly	દ્વિ-માસિક
every month	દર મહિને
twice a month	મહિના માં બે વાર
year	વર્ષ
this year	આ વર્ષ
next year	આગામી વર્ષ
last year	ગયું વરસ
a year ago	એક વર્ષ પહેલા
in a year	એક વર્ષ માં
in two years	બે વર્ષમાં
a whole year	આખું વર્ષ
all year long	આખું વર્ષ
every year	દર વર્ષે
annual	વાર્ષિક
annually	વાર્ષિક
4 times a year	વર્ષમાં 4 વખત
date	તારીખ
date	તારીખ
calendar	ક calendarલેન્ડર
half a year	અડધું વર્ષ

six months	છ મહિના
season	મોસમ
century	સદી

Words about time   સમય વિશે શબ્દો

time	સમય
instant	ત્વરિત
instant	ત્વરિત
period	સમયગાળો
life	જીવન
eternity	મરણોત્તર જીવન
epoch	યુગ
era	યુગ
cycle	ચક્ર
term , period	મુદ્દત, અવધિ
the future	ભવિષ્યમાં
future	ભવિષ્ય
next time	આગલી વખતે
the past	ભુતકાળ
past	ભૂતકાળ
last time	છેલ્લા સમય
later	પછીથી
after	પછી
nowadays	આજકાલ

now	હવે
immediately	તરત
soon	જલ્દી
in advance	પહેલે થી
a long time ago	ધણાં સમય પહેલા
recently	તાજેતરમાં
destiny	નિયતિ
memories	યાદો
archives	આર્કાઇવ્સ
during ...	દરમિયાન ...
long, a long time	લાંબા, લાંબા સમય
not long	લાંબા નથી
early	વહેલી
late	અંતમાં
forever	કાયમ માટે
to start	શરૂ કરવા
to postpone	મુલતવી રાખવું
at the same time	તે જ સમયે
permanently	કાયમી ધોરણે
constant	સતત
temporary	કામચલાઉ
sometimes	ક્યારેક
rarely	ભાગ્યે જ

| often | ધણી વાર |

The main antonyms   મુખ્ય વિરોધી શબ્દો

rich	શ્રીમંત
poor	ગરીબ
ill, sick	બીમાર, બીમાર
healthy	તંદુરસ્ત
big	મોટું
small	નાના
quickly	તરત
slowly	ધીમે ધીમે
fast	ઝડપી
slow	ધીમું
cheerful	ખુશખુશાલ
sad	ઉદાસી
together	સાથે
separately	અલગ
aloud	મોટેથી
silently	શાંતિથી
tall	.ંચું
low	નીચા
deep	.ંડા
shallow	છીછરા

yes	હા
no	ના
distant	દૂરનું
nearby	નજીકમાં
far	દૂર
nearby	નજીકમાં
long	લાંબી
short	ટૂંકું
good	સારું
evil	દુષ્ટ
married	પરણિત
single	એકલુ
to forbid	પ્રતિબંધિત કરવા માટે
to permit	પરવાનગી આપવા માટે
end	અંત
beginning	શરૂઆત
left	ડાબી
right	બરાબર
first	પ્રથમ
last	છેલ્લા
crime	ગુનો
punishment	સજા
to order	ઓર્ડર

to obey	પાળવું
straight	સીધા
curved	વક્ર
heaven	સ્વર્ગ
hell	નરક
to be born	જન્મ માટે
to die	મૃત્યુ
strong	મજબૂત
weak	નબળું
old	વૃધ્ધ
young	યુવાન
old	વૃધ્ધ
new	નવું
hard	સખત
soft	નરમ
warm	ગરમ
cold	ઠંડા
fat	ચરબી
slim	નાજુક
narrow	સાકડૂ
wide	પહોળા
good	સારું
bad	ખરાબ

| brave | બહાદુર |
| cowardly | કાયર |

Geometric shapes — ભૌમિતિક આકારો

square	ચોરસ
square	ચોરસ
circle	વર્તુળ
round	ગોળ
triangle	ત્રિકોણ
triangular	ત્રિકોણાકાર
oval	અંડાકાર
oval	અંડાકાર
rectangle	લંબચોરસ
rectangular	લંબચોરસ
pyramid	પિરામિડ
rhombus	રફ્મ્બસ
trapezium	trapezium
cube	સમઘન
prism	પ્રિઝ્મ
circumference	પરિઘ
sphere	ગોળા
globe	ગ્લોબ
diameter	વ્યાસ
radius	ત્રિજ્યા

perimeter	પરિમિતિ
centre	કેન્દ્ર
horizontal	આડી
vertical	.ભી
parallel	સમાંતર
parallel	સમાંતર
line	લાઇન
stroke	સ્ટ્રોક
straight line	સીધી લીટી
curve	વળાંક
thin	પાતળા
contour	સમોચ્ય
intersection	આંતરછેદ
right angle	જમણો ખૂણો
segment	સેગમેન્ટ
sector	ક્ષેત્ર
side	બાજુ
angle	કોણ

Measures પગલાં

weight	વજન
length	લંબાઇ
width	પહોળાઇ

height	ઊંચાઇ
depth	ઊંડાઇ
volume	વોલ્યુમ
area	વિસ્તાર
gram	ગ્રામ
milligram	મિલિગ્રામ
kilogram	કિલોગ્રામ
ton	ટન
pound	પાઉન્ડ
ounce	ounceઔંસ
metre	મીટર
millimetre	મિલીમીટર
centimetre	સેન્ટીમીટર
kilometre	કિલોમીટર
mile	માઇલ
inch	ઇંચ
foot	પગ
yard	યાર્ડ
square metre	ચોરસ મીટર
hectare	હેકટર
litre	લિટર
degree	ડિગ્રી
volt	વોલ્ટ

ampere	એમ્પીયર
horsepower	હોર્સપાવર
quantity	જથ્થો
a little bit of ...	થોડુંક ...
half	અડધા
dozen	ડઝન
piece	ભાગ
size	કદ
scale	સ્કેલ
minimum	લઘુત્તમ
the smallest	સૌથી નાનું
medium	માધ્યમ
maximum	મહત્તમ
the largest	સૌથી મોટો

Capacities ક્ષમતાઓ

jar	જાર
tin	ટીન
bucket	ડોલ
barrel	બેરલ
basin	બેસિન
tank	ટાંકી
hip flask	હિપ ફ્લાસ્ક
jerry can	જેરી કરી શકો છો

cistern	કુંડ
mug	પ્યાલો
cup	કપ
saucer	રકાબી
glass (tumbler)	કાચ (ગડબડી)
glass	ગ્લાસ
stew pot	સ્ટયૂ પોટ
bottle	બોટલ
neck	ગરદન
carafe	કેરાફે
jug	જગ
vessel	વાસણ
pot	પોટ
vase	ફૂલદાની
bottle	બોટલ
vial, small bottle	શીશી, નાની બોટલ
tube	ટ્યુબ
sack (bag)	કોથળો (થેલી)
bag	થેલી
packet	પેકેટ
box	બ .ક્સ
box	બ .ક્સ
basket	ટોપલી

Materials સામગ્રી

material	સામગ્રી
wood	લાકડું
wooden	લાકડાની
glass	ગ્લાસ
glass	ગ્લાસ
stone	પથ્થર
stone	પથ્થર
plastic	પ્લાસ્ટિક
plastic	પ્લાસ્ટિક
rubber	રબર
rubber	રબર
material, fabric	સામગ્રી, ફેબ્રિક
fabric	ફેબ્રિક
paper	કાગળ
paper	કાગળ
cardboard	કાર્ડબોર્ડ
cardboard	કાર્ડબોર્ડ
polythene	પોલિથીન
cellophane	સેલોફેન
linoleum	લિનોલિયમ
plywood	પ્લાયવુડ

porcelain	પોર્સેવેઇન
porcelain	પોર્સેવેઇન
clay	માટી
clay	માટી
ceramics	સિરામિક્સ
ceramic	સિરામિક

Metalls   મેટલ્સ

metal	ધાતુ
metal	ધાતુ
alloy	એલોય
gold	સોનું
gold, golden	સોનું, સોનેરી
silver	ચાંદીના
silver	ચાંદીના
iron	લોખંડ
iron, made of iron	લોખંડ, લોખંડની બનેલી
steel	સ્ટીલ
steel	સ્ટીલ
copper	તાંબુ
copper	તાંબુ
aluminium	એલ્યુમિનિયમ
aluminium	એલ્યુમિનિયમ
bronze	બ્રોન્ઝ

bronze	બ્રોન્ઝ
brass	પિત્તળ
nickel	નિકલ
platinum	પ્લેટિનમ
mercury	પારો
tin	ટીન
lead	દોરી
zinc	જસત

Human   માનવ

human being	માનવી
man	માણસ
woman	સ્ત્રી
child	બાળક
girl	છોકરી
boy	છોકરો
teenager	કિશોર
old man	વૃદ્ધ પુરુષ
old woman	વૃદ્ધ મહિલા

Anatomy   શરીરરચના

organism	જીવતંત્ર

heart	હૃદય
blood	લોહી
artery	ધમની
vein	શીરા
brain	મગજ
nerve	ચેતા
nerves	ચેતા
vertebra	વર્ટીબ્રા
spine	કરોડ રજ્જુ
stomach	પેટ
intestines	આંતરડા
intestine	આંતરડા
liver	યકૃત
kidney	કિડની
bone	હાડકું
skeleton	હાડપિંજર
rib	પાંસળી
skull	ખોપરી
muscle	સ્નાયુ
biceps	દ્વિશિર
triceps	ટ્રાઇસેપ્સ
tendon	કંડરા
joint	સંયુક્ત

lungs	ફેફસા
genitals	જનનાંગો
skin	ત્વચા

Head વડા

head	વડા
face	ચહેરો
nose	નાક
mouth	મોં
eye	આંખ
eyes	આંખો
pupil	વિધાર્થી
eyebrow	ભમર
eyelash	બક્ષિસ
eyelid	પોપયાંની
tongue	જીભ
tooth	દાંત
lips	હોઠ
cheekbones	ગાલ
gum	ગમ
palate	તાળવું
nostrils	નસકોરું
chin	રામરામ

jaw	જડબાના
cheek	ગાલ
forehead	કપાળ
temple	મંદિર
ear	કાન
back of the head	માથા પાછળ
neck	ગરદન
throat	ગળું
hair	વાળ
hairstyle	હેરસ્ટાઇલ
haircut	વાળ કાપવા
wig	વિગ
moustache	મૂછ
beard	દા beી
to have	હોય
plait	પ્લેટ
sideboards	સાઇડબોર્ડ્સ
red-haired	લાલ પળિયાવાળું
grey	ભૂખરા
bald	ટાલ
bald patch	બાલ્ડ પેચ
ponytail	પોનીટેલ
fringe	ફ્રિન્જ

Body Parts શરીરના ભાગો

hand	હાથ
arm	હાથ
finger	આંગળી
thumb	અંગૂઠો
little finger	ટચલી આંગળી
nail	ખીલી
fist	મૂક્કો
palm	હથેળી
wrist	કાંડા
forearm	સશસ્ત્ર
elbow	કોણી
shoulder	ખભા
leg	પગ
foot	પગ
knee	ઘૂંટણ
calf	વાછરડું
hip	હિપ
heel	હીલ
body	શરીર
stomach	પેટ
chest	છાતી

breast	છાતી
flank	પલટો
back	પાછા
lower back	નીચલા પીઠ
waist	કમર
navel	નાભિ
buttocks	નિતંબ
bottom	નીચે
beauty mark	સુંદરતા ચિહ્ન
tattoo	ટેટ્ટૂ
scar	ડાઘ

Clothes કપડાં

outerwear બાહ્ય વસ્ત્રો

clothes	કપડાં
outer clothing	બાહ્ય વસ્ત્રો
winter clothing	શિયાળામાં કપડાં
overcoat	ઓવરકોટ
fur coat	ફર કોટ
fur jacket	ફર જેકેટ
down coat	ડાઉન કોટ
jacket	જેકેટ

raincoat   રેઇન કોટ

waterproof   વોટરપ્રૂફ

Clothes   કપડાં

shirt	શર્ટ
trousers	ટ્રાઉઝર
jeans	જીન્સ
jacket	જેકેટ
suit	દાવો
dress	ડ્રેસ
skirt	સ્કર્ટ
blouse	બ્લાઉઝ
knitted jacket	ગૂંથેલા જેકેટ
jacket	જેકેટ
T-shirt	ટી શર્ટ
shorts	શોર્ટ્સ
tracksuit	ટ્રેકસૂટ
bathrobe	બાથરોબ
pyjamas	પાયજામા
sweater	સ્વેટર
pullover	પુલઓવર
waistcoat	કમરનો કોટ
tailcoat	ટેલકોટ
dinner suit	રાત્રિભોજન દાવો

uniform	ગણવેશ
work wear	કામ વસ્ત્રો
boiler suit	બોઇલર પોશાકો
coat	કોટ

Undergarments અન્ડરગાર્મેન્ટસ

underwear	અન્ડરવેર
vest	વેસ્ટ
socks	મોજાં
nightgown	નાઇટગાઉન
bra	બ્રા
knee highs	ઘૂંટણની .ંચાઇ
tights	ટાઇટ્સ
stockings	સ્ટોકિંગ્સ
swimsuit, bikini	સ્વિમસ્યુટ, બિકીની

Hats ટોપીઓ

hat	ટોપી
trilby hat	ટ્રિલ્બી ટોપી
baseball cap	બેઝબોલ ટોપી
flatcap	ફ્લેટકેપ
beret	બેરેટ
hood	હૂડ
panama	પનામા

knitted hat	ગૂંથેલા ટોપી
headscarf	હેડસ્કાર્ફ
women's hat	મહિલા ટોપી
hard hat	સખત ટોપી
forage cap	ઘાસયારો
helmet	હેલ્મેટ
bowler	બોલર
top hat	ઉપરની ટોપી

Shoes   શૂઝ

footwear	ફૂટવેર
ankle boots	પગની બૂટ
shoes	પગરખાં
boots	બૂટ
slippers	ચપ્પલ
trainers	ટ્રેનર્સ
plimsolls, pumps	plimsolls, પંપ
sandals	સેન્ડલ
cobbler	મોચી
heel	હીલ
pair	જોડ
shoelace	જૂતા
to lace up	દોરી

	shoehorn	શૂહોર્ન
	shoe polish	જૂતા પોલીશ
Tissue	ટીશ્યુ	
	cotton	કપાસ
	cotton	કપાસ
	flax	શણ
	flax	શણ
	silk	રેશમ
	silk	રેશમ
	wool	.ન
	woollen	વૂલન
	velvet	મખમલ
	suede	સ્યુડે
	corduroy	કોર્ડુરોય
	nylon	નાયલોન
	nylon	નાયલોન
	polyester	પોલિએસ્ટર
	polyester	પોલિએસ્ટર
	leather	ચામડું
	leather	ચામડું
	fur	ફર
	fur	ફર

gloves	મોજા
mittens	mittens
scarf	સ્કાર્ફ
glasses	ચશ્મા
frame	ફ્રેમ
umbrella	છત્ર
walking stick	વૉકિંગ સ્ટીક
hairbrush	હેરબ્રશ
fan	ચાહક
tie	ટાઇ
bow tie	ધનુષ ટાઇ
braces	કૌંસ
handkerchief	રૂમાલ
comb	કાંસકો
hair slide	વાળ સ્લાઇડ
hairpin	હેરપિન
buckle	બકલ
belt	બેલ્ટ
shoulder strap	ખભાનું આવરણ
bag	થેલી
handbag	હેન્ડબેગ

| rucksack | રકસકૅackક |

કપડાં

fashion	ફેશન
in vogue	પ્રચલિત છે
fashion designer	ફેશન ડિઝાઇનર
collar	કોલર
pocket	ખિસ્સા
pocket	ખિસ્સા
sleeve	સ્લીવ
hanging loop	લટકતી લૂપ
flies	ફ્લાય્સ
zip	ઝિપ
fastener	ફાસ્ટનર
button	બટન
buttonhole	બટનહોલ
to come off	બંધ આવવા માટે
to sew	સીવવા માટે
to embroider	ભરતકામ કરવા માટે
embroidery	ભરતકામ
sewing needle	સોય સીવવા
thread	દોરો
seam	સીમ
to get dirty	ગંદા વિચાર

stain	ડાઘ
to crease, crumple	ક્રિઝ માટે, crumple
to tear	ફાડવું
clothes moth	કપડાં શલભ

Hygiene and cosmetics સ્વચ્છતા અને સૌંદર્ય પ્રસાધનો

toothpaste	ટૂથપેસ્ટ
toothbrush	ટૂથબ્રશ
to clean one's teeth	પોતાના દાંત સાફ કરવા
razor	રેઝર
shaving cream	શેવિંગ ક્રીમ
to shave	હજામત કરવી
soap	સાબુ
shampoo	શેમ્પૂ
scissors	કાતર
nail file	નેઇલ ફાઇલ
nail clippers	નેઇલ ક્લીપર્સ
tweezers	ઝટકો
cosmetics	સૌંદર્ય પ્રસાધનો
face mask	મુખૌટ
manicure	હાથ તથા નખની સાજસંભાળ
to have a manicure	હાથ તથા નખની સાજસંભાળ હોય છે
pedicure	પેડિક્યુર

make-up bag	બનાવવા અપ બેગ
face powder	ચહેરો પાવડર
powder compact	પાવડર કોમ્પેકટ
blusher	બ્લશર
perfume	અત્તર
toilet water	શૌચાલય પાણી
lotion	લોશન
cologne	કોલોન
eyeshadow	આંખ શેડો
eyeliner	આઇલીનર
mascara	મસ્કરા
lipstick	લિપસ્ટિક
nail polish	નેઇલ પોલીશ
hair spray	વાળ સ્પ્રે
deodorant	ગંધનાશક
cream	ક્રીમ
face cream	ફેસ ક્રીમ
hand cream	હાથ ક્રીમ
anti-wrinkle cream	એન્ટિ-કરચલીવાળી ક્રીમ
day cream	દિવસ ક્રીમ
night cream	નાઇટ ક્રીમ
tampon	ટેમ્પોન
toilet paper	શૌચાલય કાગળ

| hair dryer | વાળ સૂકવવાનું યંત્ર |

jewellery	ઝવેરાત
precious	કિંમતી
hallmark	હોલમાર્ક
ring	રિંગ
wedding ring	લગ્નની વીંટી
bracelet	કંકણ
earrings	એરિંગ્સ
necklace	ગળાનો હાર
crown	તાજ
bead necklace	મણકોનો હાર
diamond	હીરા
emerald	નીલમણિ
ruby	રૂબી
sapphire	નીલમ
pearl	મોતી
amber	એમ્બર

watch	જુઓ
dial	ડાયલ કરો
hand	હાથ

bracelet	કંકણ
watch strap	પટ્ટો જુઓ
battery	બેટરી
to be flat	ફ્લેટ હોઇ
to change a battery	બેટરી બદલવા માટે
to run fast	ઝડપી ચલાવવા માટે
to run slow	ધીમું ચલાવવા માટે
wall clock	દિવાલ ધડિયાળ
hourglass	કલાક્ગ્લાસ
sundial	સુન્ડિયલ
alarm clock	અલાર્મ ઘડિયાળ
watchmaker	ઘડિયાળ નિર્માતા
to repair	સમારકામ કરવું

Food ખોરાક

Food ખોરાક

meat	માંસ
chicken	ચિકન
young chicken	યુવાન ચિકન
duck	બતક
goose	હંસ
game	રમત

turkey	ટર્કી
pork	ડુક્કરનું માંસ
veal	વાછરડાનું માંસ
lamb	ભોળું
beef	ગૌમાંસ
rabbit	સસલું
sausage	સોસેજ
Vienna sausage	વિયેના સોસેજ
bacon	બેકન
ham	હેમ
gammon	ગેમન
pate	pate
liver	યકૃત
lard	ચરબીયુક્ત
mince	નાજુકાઈના
tongue	જીભ
egg	ઇંડા
eggs	ઇંડા
egg white	ઇંડા સફેદ
egg yolk	ઇંડા જરદી
fish	માછલી
seafood	સીફૂડ
crustaceans	ક્રસ્ટાસિયન્સ

caviar	કેવિઅર
crab	કરચલો
prawn	પ્રોન
oyster	છીપ
spiny lobster	સ્પાઇની લોબસ્ટર
octopus	ઓકટોપસ
squid	સ્ક્વડ
sturgeon	સ્ટર્જન
salmon	સ sાલ્મોન
halibut	હલીબટ
cod	કોડેડ
mackerel	મેકરેલ
tuna	ટ્યૂના
eel	ઇલ
trout	ટ્રાઉટ
sardine	સારડીન
pike	પાઇક
herring	હેરિંગ
bread	બ્રેડ
cheese	ચીઝ
sugar	ખાંડ
salt	મીઠું
rice	ચોખા

pasta	પાસ્તા
noodles	નૂડલ્સ
butter	માખણ
vegetable oil	વનસ્પતિ તેલ
sunflower oil	સૂર્યમુખી તેલ
margarine	માર્જરિન
olives	ઓલિવ
olive oil	ઓલિવ તેલ
milk	દૂધ
condensed milk	ધટ્ટ કરેલું દૂધ
yogurt	દહીં
sour cream	ખાટી મલાઇ
cream	ક્રીમ
mayonnaise	મેયોનેઝ
buttercream	બટરક્રીમ
groats	કરચલો
flour	લોટ
tinned food	ડબ્બામાં ભરેલો ખોરાક
cornflakes	કોર્નફ્લેક્સ
honey	મધ
jam	જામ
chewing gum	ચ્યુઇંગ ગમ

Drinks   પીણાં

water	પાણી
drinking water	પીવાનું પાણી
mineral water	શુદ્ધ પાણી
still	હજુ પણ
carbonated	કાર્બોરેટેડ
sparkling	સ્પાર્કલિંગ
ice	બરફ
with ice	બરફ સાથે
non-alcoholic	બિન-આલ્કોહોલિક
soft drink	હળવું પીણું
cool soft drink	ઠંડી સોફ્ટ પીણું
lemonade	લીંબુનું શરબત
spirits	આત્માઓ
wine	વાઇન
white wine	સફેદ વાઇન
red wine	લાલ વાઇન
liqueur	લિકર
champagne	શેમ્પેન
vermouth	વર્માઉથ
whisky	વ્હિસ્કી
vodka	વોડકા

gin	જિન
cognac	કોગ્નેક
rum	રમ
coffee	કોફી
black coffee	બ્લેક કોફી
white coffee	સફેદ કોફી
cappuccino	cappuccino
instant coffee	ઇન્સ્ટન્ટ કોફી
milk	દૂધ
cocktail	કોકટેલ
milk shake	દૂધ શેક
juice	રસ
tomato juice	ટમેટાંનો રસ
orange juice	નારંગીનો રસ
freshly squeezed juice	તાજી સ્ક્વિઝ્ડ રસ
beer	બીયર
lager	લેગર
Dark Beer	ડાર્ક બીઅર
tea	ચા
black tea	બ્લેક ટી
green tea	લીલી ચા

Vegetables શાકભાજી

| vegetables | શાકભાજી |

greens	ગ્રીન્સ
tomato	ટમેટા
cucumber	કાકડી
carrot	ગાજર
potato	બટાકાની
onion	ડુંગળી
garlic	લસણ
cabbage	કોબી
cauliflower	ફૂલકોબી
Brussels sprouts	બ્રસેલ્સ સ્પ્રાઉટ્સ
broccoli	બ્રોકોલી
beetroot	બીટનો કંદ
aubergine	ubબર્જિન
Zucchini	ઝુચિનિની
pumpkin	કોળું
turnip	સલગમ
parsley	કોથમરી
dill	સુવાદાણા
lettuce	લેટીસ
celery	કયુંબરની વનસ્પતિ
asparagus	શતાવરીનો છોડ
spinach	પાલક
pea	વટાણા

beans	કઠોળ
maize	મકાઇ
kidney bean	કિડની બીન
bell pepper	સિમલા મરચું
radish	મૂળો
artichoke	કાંટાળી ખાધ વનસ્પતિનો

Fruits and Nuts ફળો અને બદામ

fruit	ફળ
apple	સફરજન
pear	પિઅર
lemon	લીંબુ
orange	નારંગી
strawberry	સ્ટ્રોબેરી
tangerine	ટ tanંજેરિન
plum	પ્લમ
peach	આલૂ
apricot	જરદાળુ
raspberry	રાસબેરિનાં
pineapple	અનેનાસ
banana	કેળા
watermelon	તરબૂચ
grape	દ્રાક્ષ

sour cherry	ખાટી ચેરી
sweet cherry	મીઠી ચેરી
melon	તરબૂચ
grapefruit	ગ્રેપફ્રૂટ
avocado	એવોકાડો
papaya	પપૈયા
mango	કેરી
pomegranate	દાડમ
redcurrant	redcurrant
blackcurrant	બ્લેક કર્ન્ટ
gooseberry	ગૂસબેરી
bilberry	બિલબેરી
blackberry	બ્લેકબેરી
raisin	કિસમિસ
fig	અંજીર
date	તારીખ
peanut	મગફળી
almond	બદામ
walnut	અખરોટ
hazelnut	હેઝલનટ
coconut	નાળિયેર
pistachios	પિસ્તા

Bread and Sweets બ્રેડ અને મીઠાઈઓ

confectionery	હલવાઇ
bread	બ્રેડ
biscuits	બિસ્કીટ
chocolate	ચોકલેટ
chocolate	ચોકલેટ
sweet	મીઠી
cake	કેક
cake	કેક
pie	પાઇ
filling	ભરવું
jam	જામ
marmalade	મુરબ્બો
waffle	વાફેલ
ice-cream	આઇસક્રીમ
pudding	ખીર

Courses અભ્યાસક્રમો

course, dish	કોર્સ, ડીશ
cuisine	ભોજન
recipe	રેસીપી
portion	ભાગ
salad	કચુંબર

soup	સૂપ
clear soup	સ્પષ્ટ સૂપ
sandwich	સેન્ડવિચ
fried eggs	તળેલા ઇંડા
cutlet	કટલેટ
hamburger	હેમબર્ગર
steak	ટુકડો
roast meat	શેકેલા માંસ
garnish	સુશોભન માટે વાપરવાની સામગ્રી
spaghetti	સ્પાઘેટ્ટી
mash	મેશ
pizza	પીત્ઝા
porridge	પોરીજ
omelette	ઓમેલેટ
boiled	બાફેલી
smoked	પીવામાં
fried	તળેલી
dried	સૂકા
frozen	સ્થિર
pickled	અથાણું
sweet	મીઠી
salty	મીઠું
cold	ઠંડા

hot	ગરમ
bitter	કડવો
tasty	સ્વાદિષ્ટ
to cook	રાંધવા માટે
to cook	રાંધવા માટે
to fry	તળવું
to heat up	ગરમ કરવા માટે
to salt	મીઠું
to pepper	મરી માટે
to grate	છીણવું
peel	છાલ
to peel	છાલ

Spices and seasonings — મસાલા અને સીઝનીંગ

salt	મીઠું
salty	મીઠું
to salt	મીઠું
black pepper	કાળા મરી
red pepper	લાલ મરી
mustard	સરસવ
horseradish	હ horseસર્સરાડિશ
condiment	મસાલો
spice	મસાલા

sauce	ચટણી
vinegar	સરકો
anise	વરિયાળી
basil	તુલસીનો છોડ
cloves	લવિંગ
ginger	આદુ
coriander	ધાણા
cinnamon	તજ
sesame	તલ
bay leaf	અટકાયા વગરનુ
paprika	પapપ્રિકા
caraway	કારાવે
saffron	કેસર

Words for eating ખાવા માટેના શબ્દો

food	ખોરાક
to eat	ખાવા માટે
breakfast	નાસ્તો
to have breakfast	નાસ્તો કરવો
lunch	લંચ
to have lunch	બપોરનું ભોજન લેવું
dinner	રાત્રિભોજન
to have dinner	રાત્રિભોજન માટે
appetite	ભૂખ

Enjoy your meal!	તમારા ભોજનનો આનંદ માણો!
to open	ખોલવા માટે
to spill	ઢોળવું
to spill out	બહાર નીકળવું
to boil	ઉકાળવું
to boil	ઉકાળવું
boiled	બાફેલી
to cool	ઠંડુ કરવું
to cool down	ઠંડુ થવા માટે
taste, flavour	સ્વાદ, સ્વાદ
aftertaste	aftertaste
to be on a diet	આહાર પર હોય છે
diet	આહાર
vitamin	વિટામિન
calorie	કેલરી
vegetarian	શાકાહારી
vegetarian	શાકાહારી
fats	ચરબી
proteins	પ્રોટીન
carbohydrates	કાર્બોહાઇડ્રેટ
slice	કટકા
piece	ભાગ
crumb	નાનો ટુકડો બટકું

કટલરી

spoon	ચમચી
knife	છરી
fork	કાંટો
cup	કપ
plate	પ્લેટ
saucer	રકાબી
serviette	સર્વિટ
toothpick	ટૂથપીક

Restaurant રેસ્ટ Restaurantरेन्ट

restaurant	રેસ્ટોરન્ટ
coffee bar	કોફી બાર
pub	પબ
tearoom	ટીઅરમ
waiter	વેઇટર
waitress	વેઇટ્રેસ
barman	બર્મન
menu	મેનુ
wine list	વાઇન સૂચિ
to book a table	એક ટેબલ બુક કરવા
course, dish	કોર્સ, ડીશ
to order	ઓર્ડર

to make an order	ઓર્ડર આપવા માટે
aperitif	aperitif
starter	સ્ટાર્ટર
dessert	મીઠાઇ
bill	બિલ
to pay the bill	બિલ ચૂકવવા
to give change	પરિવર્તન આપવા માટે
tip	ટીપ

ચારે બાજુ

Questionnaire   પ્રશ્નાવલી

name, first name	નામ, પ્રથમ નામ
family name	અટક
date of birth	જન્મ તારીખ
place of birth	જન્મ સ્થળ
nationality	રાષ્ટ્રીયતા
place of residence	નિવાસ સ્થળ
country	દેશ
profession	વ્યવસાય
gender, sex	જાતિ, લિંગ
height	ઊંચાઇ
weight	વજન

mother	માતા
father	પિતા
son	પુત્ર
daughter	પુત્રી
younger daughter	નાની પુત્રી
younger son	નાના પુત્ર
eldest daughter	મોટી પુત્રી
eldest son	મોટો દીકરો
brother	ભાઇ
sister	બહેન
cousin	પિતરાઇ ભાઇ
cousin	પિતરાઇ ભાઇ
mummy	મમી
dad, daddy	પપ્પા, પપ્પા
parents	માતા - પિતા
child	બાળક
children	બાળકો
grandmother	દાદી
grandfather	દાદા
grandson	પૌત્ર
granddaughter	પૌત્રી

grandchildren	પૌત્રો
uncle	કાકા
aunt	કાકી
nephew	ભત્રીજા
niece	ભત્રીજી
mother-in-law	સાસુ
father-in-law	સસરા
son-in-law	જમાઈ
stepmother	સાવકી મા
stepfather	સાવકા પિતા
infant	શિશુ
baby	બાળક
little boy	નાનું બાળક
wife	પત્ની
husband	પતિ
married	પરણિત
married	પરણિત
single	એકલુ
bachelor	સ્નાતક
divorced	છૂટાછેડા
widow	વિધવા
widower	વિધુર
relative	સંબંધિત

close relative	નજીકના સગા
distant relative	દૂરના સંબંધી
relatives	સંબંધીઓ
orphan	અનાથ
guardian	વાલી
to adopt	દત્તક લેવું
to adopt	દત્તક લેવું

Friends and Collegues મિત્રો અને કોlegલેજ

friend	મિત્ર
friend, girlfriend	મિત્ર, ગર્લફ્રેન્ડ
friendship	મિત્રતા
to be friends	મિત્રો બનવું
pal	પલ
pal	પલ
partner	જીવનસાથી
chief	મુખ્ય
boss, superior	બોસ, શ્રેષ્ઠ
subordinate	ગૌણ
colleague	સાથીદાર
acquaintance	ઓળખાણ
fellow traveller	સાથી મુસાફર
classmate	ક્લાસમેટ
neighbour	પાડોશી

| neighbour | પાડોશી |
| neighbours | પડોશીઓ |

Words about people   લોકો વિશે શબ્દો

woman	સ્ત્રી
girl, young woman	છોકરી, યુવાન સ્ત્રી
bride, fiancee	કન્યા, મંગેતર
beautiful	સુંદર
tall	.ંચું
slender	પાતળી
short	ટૂંકું
blonde	સોનેરી
brunette	શ્યામા
ladies'	મહિલા '
virgin	કુંવારી
pregnant	ગર્ભવતી
man	માણસ
blond haired man	ગૌરવર્ણ પળિયાવાળું માણસ
dark haired man	શ્યામ પળિયાવાળું માણસ
tall	.ંચું
short	ટૂંકું
rude	અસંસ્કારી
stocky	સ્ટોકી

robust	મજબુત
strong	મજબૂત
strength	તાકાત
stout, fat	સ્ટ sટ, ચરબી
swarthy	સ્વાર્થી
well-built	સુનિશ્ચિત
elegant	ભવ્ય
Age	ઉંમર
age	ઉંમર
youth	યુવાની
young	યુવાન
younger	યુવાન
older	વૃદ્ધ
young man	જુવાનીયો
guy, fellow	વ્યક્તિ, સાથી
old man	વૃદ્ધ પુરુષ
old woman	વૃદ્ધ મહિલા
adult	પુખ્ત
middle-aged	આધેડ
elderly	વૃદ્ધ
old	વૃદ્ધ
to retire	નિવૃત્ત થવું
pensioner	પેન્શનર

Children   બાળકો

child   બાળક

children   બાળકો

twins   જોડિયા

cradle   પારણું

rattle   ખડખડવું

nappy   નિપ્પી

dummy, comforter   ડમી, કમ્ફર્ટર

pram   pram

nursery   નર્સરી

babysitter   મા બાપ બહાર હોય ત્યારે બાળકની દેખરેખ કરનાર

childhood   બાળપણ

doll   doલોઇંગલી

toy   રમકડું

construction set   બાંધકામ સેટ

well-bred   સારી સંવર્ધન

ill-bred   અસ્વસ્થ

spoilt   બગડેલું

to be naughty   તોફાની હોઇ

mischievous   તોફાની

mischievousness   તોફાની

mischievous child   તોફાની બાળક

obedient   આજ્ઞientઆકારી

disobedient	આજ્ઞાકારી
docile	દોષ
clever	હોંશિયાર
child prodigy	બાળક ઉજ્જડ

પરણિત જીવન

પરણિત જીવન

to kiss	ચુંબન કરવું
to kiss	ચુંબન કરવું
family	કુટુંબ
family	કુટુંબ
couple	દંપતી
marriage	લગ્ન
hearth	હર્ઘ
dynasty	રાજવંશ
date	તારીખ
kiss	ચુંબન
love	પ્રેમ
to love	પ્રેમ કરવા
beloved	પ્રિય
tenderness	માયા
tender	ટેન્ડર

faithfulness	વિશ્વાસ
faithful	વિશ્વાસુ
	વ્યક્તિની સંભાળ રાખવી
	સંભાળ
newlyweds	નવદંપતિ
honeymoon	હનીમૂન
to get married	લગ્ન કરવા
to get married	લગ્ન કરવા
wedding	લગ્ન
golden wedding	સુવર્ણ લગ્ન
anniversary	વર્ષગાંઠ
lover	પ્રેમી
mistress	રખાત
adultery	વ્યભિચાર
to commit adultery	વ્યભિચાર કરવા
jealous	ઈર્ષ્યા
to be jealous	ઈર્ષ્યા કરવી
divorce	છૂટાછેડા
to divorce	છૂટાછેડા માટે
to quarrel	ઝઘડો કરવો
to be reconciled	સમાધાન કરવા માટે
together	સાથે
sex	સેક્સ

happiness	સુખ
happy	ખુશ
misfortune	કમનસીબી
unhappy	નાખુશ

Feelings લાગણીઓ

feeling	લાગણી
feelings	લાગણીઓ
to feel	લાગે
hunger	ભૂખ
to be hungry	ભૂખ્યા રહેવું
thirst	તરસ
to be thirsty	તરસ્યા રહેવું
sleepiness	sleepંધ
to feel sleepy	નિદ્રા લાગે છે
tiredness	થાક
tired	થાકેલા
to get tired	થાકવા માટે
mood	મૂડ
boredom	કંટાળાને
to be bored	કંટાળો આવે છે
seclusion	એકાંત
to seclude oneself	પોતાને અલગ પાડવું

to worry	ચિંતા કરવી
to be worried	ચિંતા કરવા માટે
anxiety	ચિંતા
preoccupied	વ્યસ્ત
to be nervous	નર્વસ થવું
to panic	ગભરાવું
hope	આશા
to hope	આશા રાખવી
certainty	નિશ્ચિતતા
certain, sure	ચોક્કસ, ખાતરી કરો
uncertainty	અનિશ્ચિતતા
uncertain	અનિશ્ચિત
drunk	નશામાં
sober	શાંત
weak	નબળું
happy	ખુશ
to scare	બીક
rage	ક્રોધાવેશ
depression	હતાશા
discomfort	અગવડતા
comfort	આરામ
to regret	દિલગીરી
regret	અફસોસ

bad luck	ખરાબ નસીબ
sadness	ઉદાસી
shame	શરમ
merriment	આનંદ
enthusiasm	ઉત્સાહ
enthusiast	ઉત્સાહી
to show enthusiasm	ઉત્સાહ બતાવવા માટે

Personal Traits   વ્યક્તિગત લક્ષણો

character	પાત્ર
character flaw	પાત્ર દોષ
mind	મન
reason	કારણ
conscience	અંત: કરણ
habit	આદત
ability	ક્ષમતા
can	કરી શકો છો
patient	દર્દી
impatient	અધીર
curious	વિચિત્ર
curiosity	જિજ્ઞાસા
modesty	નમ્રતા
modest	વિનમ્ર
immodest	નિર્દય

lazy	આળસુ
lazy person	આળસુ વ્યક્તિ
cunning	ધડાયેલું
cunning	ધડાયેલું
distrust	અવિશ્વાસ
distrustful	અવિશ્વસનીય
generosity	ઉદારતા
generous	ઉદાર
talented	પ્રતિભાશાળી
talent	પ્રતિભા
courageous	હિંમતવાન
courage	હિંમત
honest	પ્રામાણિક
honesty	પ્રામાણિકતા
careful	સાવચેત
courageous	હિંમતવાન
serious	ગંભીર
strict	કડક
decisive	નિર્ણાયક
indecisive	અનિર્ણાયક
shy, timid	શરમાળ, ડરપોક
shyness, timidity	સંકોચ, ડરપોક
confidence	આત્મવિશ્વાસ

to believe	માનવું
trusting, naive	વિશ્વાસ, નિષ્કપટ
sincerely	નિષ્ઠાપૂર્વક
sincere	નિષ્ઠાવાન
sincerity	ઇમાનદારી
calm	શાંત
frank	સ્પષ્ટ
naive, naive	ભોળો, ભોળો
absent-minded	ગેરહાજર
funny	રમુજી
greed	લોભ
greedy	લોભી
evil	દુષ્ટ
stubborn	જિદ્દી
unpleasant	અપ્રિય
selfish person	સ્વાર્થી વ્યક્તિ
selfish	સ્વાર્થી
coward	કાયર
cowardly	કાયર

Sleep ઊંઘ

| to sleep | ઊંઘ |
| sleep, sleeping | sleepઊંઘ, sleepingઊંઘ |

dream	સ્વપ્ન
to dream	સ્વપ્ન જોવું
sleepy	yૉધમાં
bed	બેડ
mattress	ગાદલું
blanket	ધાબળો
pillow	ઓશીકું
sheet	ચાદર
insomnia	અનિદ્રા
sleepless	નિદ્રાધીન
sleeping pill	sleepingૉધની ગોળી
to take a sleeping pill	sleepingૉધની ગોળી લેવી
to feel sleepy	નિદ્રા લાગે છે
to yawn	ચેન
to go to bed	પથારીમાં જવું
to make up the bed	બેડ બનાવવા માટે
to fall asleep	સૂઇ જવું
nightmare	દુ nightસ્વપ્ન
snoring	નસકોરાં
to snore	ગોકળગાય
alarm clock	અલાર્મ ઘડિયાળ
to wake	જાગવું
to wake up	જાગે

to get up	જાગો
to wash oneself	પોતાને ધોવા
Laugh	હસો
humour	રમૂજ
sense of humour	રમૂજ અર્થમાં
to have fun	મજા આવી
cheerful	ખુશખુશાલ
merriment, fun	આનંદ, આનંદ
smile	સ્મિત
to smile	સ્મિત કરવું
to start laughing	હસવું શરૂ કરવા માટે
to laugh	હસવું
laugh, laughter	હાસ્ય, હાસ્ય
anecdote	ટુચકો
funny	રમુજી
funny	રમુજી
to joke, to be kidding	મજાક કરવી, મજાક કરવી
joke	મજાક
joy	આનંદ
to rejoice	આનંદ માટે
glad	પ્રસન્ન
Communication	વાતચીત
communication	વાતચીત

to communicate	ચર્ચા કરો
conversation	વાતચીત
dialogue	સંવાદ
discussion	ચર્ચા
debate	ચર્ચા
to debate	ચર્ચા કરવા માટે
interlocutor	વાતચીત કરનાર
topic	વિષય
point of view	દૃષ્ટિકોણ
opinion	અભિપ્રાય
speech	ભાષણ
discussion	ચર્ચા
to discuss	ચર્ચા કરવા માટે
talk	વાત
to talk	વાત
meeting	બેઠક
to meet	મળવા
proverb	કહેવત
saying	કહેતા
riddle	ઉખાણું
to ask a riddle	એક કોયડો પૂછો
password	પાસવર્ડ
secret	ગુપ્ત

oath	શપથ
to swear	શપથ લેવા
promise	વચન
to promise	વચન
advice	સલાહ
to advise	સલાહ આપવા માટે
to follow one's advice	કોઈની સલાહનું પાલન કરવું
news	સમાચાર
sensation	સંવેદના
information	માહિતી
conclusion	નિષ્કર્ષ
voice	અવાજ
compliment	ખુશામત
kind	દયાળુ
word	શબ્દ
phrase	શબ્દસમૂહ
answer	જવાબ
truth	સત્ય
lie	જૂઠું બોલો
thought	વિચાર્યું
idea	વિચાર
fantasy	કાલ્પનિક

respected	માન
to respect	માન આપવું
respect	આદર
Dear...	પ્રિય ...
to introduce	ઓળખાણ કરાવવી
to make acquaintance	ઓળખાણ બનાવવા માટે
intention	હેતુ
to intend	ઇરાદો
wish	ઇચ્છા
to wish	ઈચ્છો
surprise	આશ્ચર્ય
to surprise	આશ્ચર્ય
to be surprised	આશ્ચર્ય પામવું
to give	આપવું
to take	લઇ
to give back	પાછા આપવા માટે
to return	પરત કરવા
to apologize	માફી માંગવી
apology	માફી
to forgive	માફ કરવું
to talk	વાત

to listen	સાંભળવા માટે
to hear... out	સાંભળવા માટે ... બહાર
to understand	સમજવું
to show	બતાવવા માટે
to look at ...	જોવા માટે ...
to call	કૉલ કરવા માટે
to distract	વિચલિત કરવા માટે
to disturb	ખલેલ પાડવો
to pass	પસાર કરવા માટે
demand	માંગ
to request	વિનંતી કરવી
demand	માંગ
to demand	માંગ કરવી
to tease	પીંજવું
to mock	મજાક કરવી
mockery, derision	કટાક્ષ, ઉપહાસ
nickname	ઉપનામ
allusion	સંકેત
to allude	સંકેત આપવા માટે
to imply	સૂચિત કરવા માટે
description	વર્ણન
to describe	વર્ણન કરવા માટે
praise	વખાણ

to praise	વખાણવું
disappointment	નિરાશા
to disappoint	નિરાશ કરવા માટે
to be disappointed	નિરાશ થવું
supposition	ધારણા
to suppose	માની લો
warning, caution	ચેતવણી, સાવધાની
to warn	ચેતવવું
to talk into	માં વાત કરવા માટે
to calm down	શાંત થવું
silence	મૌન
to keep silent	ચૂપ રહેવું
to whisper	બબડાટ
whisper	બબડાટ
frankly	પ્રમાણિકપણે
in my opinion ...	મારા મતે ...
detail	વિગતવાર
detailed	વિગતવાર
in detail	વિગતવાર
hint, clue	સંકેત, ચાવી
to give a hint	સંકેત આપવા માટે
look	જુઓ
to have a look	એક નજર હોય

fixed	નિશ્ચિત
to blink	ઝબકવું
to wink	આંખ મારવી
to nod	માટે હકાર
sigh	નિસાસો
to sigh	નિસાસો મૂકવો
to shudder	ધ્રુજારી
gesture	હાવભાવ
to touch	સ્પર્શ કરવા માટે
to seize	જપ્ત કરવા માટે
to tap	ટેપ કરવા માટે
Look out!	જુઓ!
Really?	ખરેખર?
Good luck!	સારા નસીબ!
I see!	મેં જોયું!
It's a pity!	તે દયા છે!

Agreement and Disagreement — કરાર અને મતભેદ

consent	સંમતિ
to agree	સંમત થવું
approval	મંજૂરી
to approve	મંજૂર
refusal	ઇનકાર
to refuse	ઇનકાર કરવા માટે

Great!	મહાન!
All right!	બરાબર!
Okay!	બરાબર!
forbidden	પ્રતિબંધિત
it's forbidden	તે પ્રતિબંધિત છે
incorrect	ખોટું
to reject	નકારવા માટે
to support	આધાર માટે
to accept	સ્વીકારવા માટે
to confirm	ખાતરી કરવા માટે
confirmation	પુષ્ટિ
permission	પરવાનગી
to permit	પરવાનગી આપવા માટે
decision	નિર્ણય
to say nothing	કંઇ કહેવું
condition	શરત
excuse	બહાનું
praise	વખાણ
to praise	વખાણવું

Success and defeat સફળતા અને હાર

| success | સફળતા |
| successfully | સફળતાપૂર્વક |

successful	સફળ
good luck	સારા નસીબ
Good luck!	સારા નસીબ!
lucky	નસીબદાર
lucky	નસીબદાર
failure	નિષ્ફળતા
misfortune	કમનસીબી
bad luck	ખરાબ નસીબ
unsuccessful	અસફળ
catastrophe	વિનાશ
pride	ગૌરવ
proud	ગર્વ
to be proud	ગર્વ છે
winner	વિજેતા
to win	જીતવા માટે
to lose	ગુમાવવુ
try	પ્રયાસ કરો
to try	પ્રયાસ કરવા
chance	તક

નકારાત્મક ભાવના

shout	ચીસો
to shout	બુમ પાડવી
to start to cry out	રડવું શરૂ કરવા માટે

quarrel	ઝઘડો
to quarrel	ઝઘડો કરવો
fight	લડવા
to have a fight	લડવું છે
conflict	સંઘર્ષ
misunderstanding	ગેરસમજ
insult	અપમાન
to insult	અપમાન કરવા માટે
insulted	અપમાનિત
offence	ગુનો
to offend	નારાજ કરવું
to take offence	ગુનો લેવા
indignation	ક્રોધ
to be indignant	ગુસ્સે થવું
complaint	ફરિયાદ
to complain	ફરિયાદ કરવી
apology	માફી
to apologize	માફી માંગવી
to beg pardon	માફી માંગવી
criticism	ટીકા
to criticize	ટીકા કરવા માટે
accusation	આરોપ
to accuse	દોષારોપણ કરવા માટે

revenge	બદલો
to avenge	બદલો લેવા
to pay back	પાછા ચૂકવવા
disdain	અવગણવું
to despise	ધિક્કારવું
hatred, hate	તિરસ્કાર, નફરત
to hate	ધિક્કારવા માટે
nervous	નર્વસ
to be nervous	નર્વસ થવું
angry	ગુસ્સો
to make angry	ગુસ્સો કરવા માટે
to scold???	ઠપકો આપવા માટે ???
humiliation	અપમાન
to humiliate	અપમાનિત કરવું
to humiliate oneself	પોતાને અપમાનિત કરવું
shock	આંચકો
to shock	આંચકો
trouble	મુશ્કેલી
unpleasant	અપ્રિય
fear	ડર
terrible	ભયંકર
scary	ડરામણી
horror	હોરર

awful	ભયાનક
to begin to tremble	ધ્રુજારી શરૂ કરવા માટે
to cry	રડવું
to start crying	રડવાનું શરૂ કરવું
tear	આંસુ
fault	ખામી
guilt	અપરાધ
dishonour	અપમાન
protest	વિરોધ
stress	તણાવ
to disturb	ખલેલ પાડવો
to be furious	ગુસ્સે થવું
angry	ગુસ્સો
to end	અંત
to be scared	બીક લાગવી
to hit	મારવુ
to fight	લડવા માટે
to settle	સ્થાયી થવું
discontented	નારાજ
furious	ગુસ્સે
It's not good!	તે સારું નથી!
It's bad!	તે ખરાબ છે!

Medicine દવા

Illness માંદગી

illness	માંદગી
to be ill	બીમાર રહેવું
health	આરોગ્ય
runny nose	વહેતું નાક
tonsillitis	કાકડાનો સોજો કે દાહ
cold	ઠંડા
to catch a cold	ઠંડી પકડવા માટે
bronchitis	શ્વાસનળીનો સોજો
pneumonia	ન્યુમોનિયા
flu	ફ્લૂ
short-sighted	ટૂંકી દ્રષ્ટિવાળા
long-sighted	લાંબા દ્રષ્ટિવાળા
squint	સ્ક્વિન્ટ
squint-eyed	સ્ક્વિન્ટ આઇડ
cataract	મોતિયા
glaucoma	ગ્લુકોમા
stroke	સ્ટ્રોક
heart attack	હદય રોગ નો હુમલો
myocardial infarction	હદય ની નાડીયો જામ

paralysis	લકવો
to paralyse	લકવો
allergy	એલર્જી
asthma	અસ્થમા
diabetes	ડાયાબિટીસ
toothache	દાંતના દુઃખાવા
caries	અસ્થિક્ષય
diarrhoea	ઝાડા
constipation	કબજિયાત
stomach upset	પેટ અસ્વસ્થ
food poisoning	ફૂડ પોઈઝનીંગ
to poison oneself	પોતાને ઝેર આપવું
arthritis	સંધિવા
rickets	રિકેટ્સ
rheumatism	સંધિવા
atherosclerosis	એથરોસ્ક્લેરોસિસ
gastritis	જઠરનો સોજો
appendicitis	એપેન્ડિસાઇટિસ
cholecystitis	કોલેસીસ્ટાઇટિસ
ulcer	અલ્સર
measles	ઓરી
German measles	જર્મન ઓરી
jaundice	કમળો

hepatitis	હીપેટાઇટિસ
schizophrenia	પાગલ
rabies	હડકવા
neurosis	ન્યુરોસિસ
concussion	ઉશ્કેરાટ
cancer	કેન્સર
sclerosis	સ્ક્લેરોસિસ
multiple sclerosis	બહુવિધ સ્ક્લેરોસિસ
alcoholism	મધપાન
alcoholic	આલ્કોહોલિક
syphilis	સિફિલિસ
AIDS	એડ્સ
tumour	ગાંઠ
fever	તાવ
malaria	મેલેરિયા
gangrene	ગેંગ્રેન
seasickness	દરિયાઈ બીમારી
epilepsy	વાઈ
epidemic	રોગચાળો
typhus	ટાઇફસ
tuberculosis	ક્ષય રોગ
cholera	કોલેરા
plague	પ્લેગ

symptom	લક્ષણ
temperature	તાપમાન
fever	તાવ
pulse	નાડી
giddiness	ગડપણ
hot	ગરમ
shivering	ધ્રુજારી
pale	નિસ્તેજ
cough	ઉધરસ
to cough	ઉધરસ ખાવી
to sneeze	છીંકવું
faint	ચક્કર
to faint	મૂર્ખ કરવું
bruise	ઉઝરડો
bump	બમ્પ
to bruise oneself	પોતાને ઉઝરડો
bruise	ઉઝરડો
to get bruised	ઉઝરડા માટે
to limp	લંપટવું
dislocation	અવ્યવસ્થા
to dislocate	સ્થાનાંતરિત કરવા માટે

fracture	અસ્થિભંગ
to have a fracture	ફ્રેક્ચર હોય છે
cut	કાપવું
to cut oneself	પોતાને કાપવા
bleeding	રક્તસ્ત્રાવ
burn	બર્ન
to burn oneself	પોતાને બાળી નાખવું
to prickle	કાંટા મારવા માટે
to prickle oneself	પોતાને કાંટા લગાડવું
to injure	ઇજા પહોંચાડવા માટે
injury	ઈજા
wound	ધા
trauma	આઘાત
to be delirious	ચિત્તભ્રમણા થવું
to stutter	હલાવવું
sunstroke	સનસ્ટ્રોક
pain	પીડા
splinter	કરચ
sweat	પરસેવો
to sweat	પરસેવો
vomiting	omલટી
convulsions	આંચકી
pregnant	ગર્ભવતી

to be born	જન્મ માટે
delivery, labour	વિતરણ, મજૂર
to labour	મજૂર કરવા માટે
abortion	ગર્ભપાત
respiration	શ્વસન
inhalation	શ્વાસ
exhalation	શ્વાસ બહાર મૂકવો
to breathe out	શ્વાસ બહાર કા.વા માટે
to breathe in	શ્વાસ માં
disabled person	અપંગ વ્યક્તિ
cripple	લંગ
drug addict	ડ્રગ વ્યસની
deaf	બહેરા
dumb	મૂંગું
deaf-and-dumb	બહેરા અને મુંગા
mad, insane	પાગલ, પાગલ
madman	પાગલ
madwoman	પાગલ સ્ત્રી
to go insane	પાગલ જાઓ
gene	જીન
immunity	પ્રતિરક્ષા
hereditary	વારસાગત
congenital	જન્મજાત

virus	વાયરસ
microbe	સૂક્ષ્મજીવાણુ
bacterium	બેક્ટેરિયમ
infection	ચેપ
hospital	હોસ્પિટલ
patient	દર્દી
diagnosis	નિદાન
cure	ઇલાજ
treatment	સારવાર
to get treatment	સારવાર મેળવવા માટે
to treat	સારવાર માટે
to nurse	નર્સ
care	કાળજી
operation, surgery	ઓપરેશન, શસ્ત્રક્રિયા
to bandage	પાટો માટે
bandaging	પાટો
vaccination	રસીકરણ
to vaccinate	રસી આપવા માટે
injection, shot	ઇન્જેકશન, ગોળી
to give an injection	ઇન્જેકશન આપવા માટે
attack	હુમલો
amputation	વિચ્છેદન
to amputate	કાપવા માટે

coma	કોમા
to be in a coma	કોમામાં રહેવું
intensive care	સઘન સંભાળ
to recover	પુનઃપ્રાપ્ત કરવા માટે
state	રાજ્ય
consciousness	ચેતના
memory	મેમરી
to extract	કાractવા માટે
filling	ભરવું
to fill	ભરવુ
hypnosis	સંમોહન
to hypnotize	હિપ્નોટાઇઝ કરવા માટે

Medical specialties તબીબી વિશેષતા

doctor	ડ doctor કટર
nurse	નર્સ
private physician	ખાનગી ચિકિત્સક
dentist	દંત ચિકિત્સક
ophthalmologist	નેત્ર ચિકિત્સક
general practitioner	જનરલ પ્રેક્ટિશનર
surgeon	સર્જન
psychiatrist	મનોચિકિત્સક
paediatrician	બાળરોગ ચિકિત્સક
psychologist	મનોવિજ .ાની

| gynaecologist | સ્ત્રીરોગચિકિત્સક |
| cardiologist | કાર્ડિયોલોજિસ્ટ |

Medicines દવાઓ

medicine, drug	દવા, દવા
remedy	ઉપાય
to prescribe	સૂચવવા માટે
prescription	પ્રિસ્ક્રિપ્શન
tablet, pill	ગોળી, ગોળી
ointment	મલમ
ampoule	ampoule
mixture	મિશ્રણ
syrup	ચાસણી
pill	ગોળી
powder	પાવડર
bandage	પાટો
cotton wool	કપાસ ઉન
iodine	આયોડિન
plaster	પ્લાસ્ટર
eyedropper	આઇડ્રોપર
thermometer	થર્મોમીટર
syringe	સિરીંજ
wheelchair	વ્હીલચેર

crutches	crutches
painkiller	પેઇન કિલર
laxative	રેચક
spirit, ethanol	ભાવના, ઇથેનોલ
medicinal herbs	medicઔષધીય વનસ્પતિઓ
herbal	હર્બલ

Smoking ધૂમ્રપાન

tobacco	તમાકુ
cigarette	સિગારેટ
cigar	સિગાર
pipe	પાઇપ
packet	પેકેટ
matches	મેચ
matchbox	મેચબોક્સ
lighter	હળવા
ashtray	એશટ્રે
cigarette case	સિગારેટ કેસ
cigarette holder	સિગારેટ ધારક
filter	ફિલ્ટર
to smoke	ધૂમ્રપાન કરવું
to light a cigarette	એક સિગારેટ પ્રગટાવવા માટે
smoking	ધૂમ્રપાન
smoker	ધૂમ્રપાન કરનાર

cigarette end	સિગારેટ અંત
smoke	ધૂમ્રપાન
ash	રાખ

www.ingramcontent.com/pod-product-compliance
Lightning Source LLC
Chambersburg PA
CBHW081345160726
48000CB00010B/3238